सिंड्रेला आणि इतर कथा

हे पुस्तक **माझं** आहे.

मेहता पब्लिशिंग हाऊस

CINDERELLA ANI ITAR KATHA by Uma Khare

सिंड्रेला आणि इतर कथा / बालसाहित्य
उमा खरे

प्रकाशक : सुनील अनिल मेहता
मेहता पब्लिशिंग हाऊस, १९४१, सदाशिव पेठ, माडीवाले कॉलनी, पुणे ३०.
✆ ०२०-२४४७६९२४
E-mail : author@mehtapublishinghouse.com
Website : www.mehtapublishinghouse.com

मुद्रक : स्पेक्ट्रम ऑफसेट, एरंडवणा, पुणे ०४.

प्रथमावृत्ती : मार्च, २००६
द्वितीयावृत्ती : ऑक्टोबर, २०१३
तृतीयावृत्ती : जानेवारी, २०१५
पुनर्मुद्रण : ऑक्टोबर, २०२०

मुखपृष्ठ व आतील चित्रे : देविदास पेशवे

(२ पुस्तकांचा संच)

अनुक्रम

सिंड्रेला / १
सुवर्णा आणि राक्षस / ९
पिंकू आणि अस्वल / १८
राजकुमारी आणि बेडूक / २४

सिंड्रेला

ही गोष्ट आहे एका दूरच्या देशातली. तिथे राहात होती एक सुंदर मुलगी. तिचं नाव होतं 'सिंड्रेला'. सिंड्रेला आपले वडील आणि दोन सावत्र बहिणी यांच्याबरोबर एका घरात राहात होती. तिचे वडील गरीब होते. ते दिवसभर कामासाठी घराबाहेर असत. तिच्या दोन्ही बहिणी दिवसभर स्वत:च्या चेहऱ्याला आणि केसांना सजवण्यात गढलेल्या असत. एवढं करूनही त्या दिसायच्या घाणेरड्याच आणि सिंड्रेला, ती बिचारी जुने कपडे घालून घरातली सगळी कामं करण्यात गुंतलेली असायची. तिच्या केसांना कधी पुरेसं तेल मिळायचं नाही, तर कधी अंगावर झुळझुळीत कपडे. पण ती मुळातच इतकी सुंदर होती की, या सगळ्या अवतारातही खुलून दिसायची आणि तिचा स्वभाव तर तिच्या चेहऱ्याप्रमाणे सुंदर, लाघवी होता. आपल्या वडिलांकडे तिने कधीच आपल्या त्रासाचा उल्लेख केला नाही.

एक दिवस त्यांच्या गावात राजाच्या दूतांनी दवंडी पिटली, 'ऐका होऽऽ, ऐकाऽऽ राजकुमार चार्ल्सच्या वाढदिवसानिमित्त आज संध्याकाळी राजवाड्यात मेजवानी देण्यात येणार आहे. मेजवानीनंतर नृत्याचा कार्यक्रमही होणार आहे. तरी गावातल्या सर्वांनी याचा लाभ घ्यावा होऽऽ...'

दवंडी ऐकून सिंड्रेलाच्या बहिणी हरखून गेल्या. त्यांनी राजकुमार चार्ल्सची अनेक वर्णनं ऐकली होती. तो खूप देखणा आहे, नृत्यात पण तरबेज आहे, वगैरे वगैरे. 'अशा राजपुत्राबरोबर नृत्य करायला मिळालं तर काय बहार येईल. कदाचित तो लग्नाची मागणीही घालेल!' या विचाराने त्या दोघी बहिणींनी कार्यक्रमाला जायचं ठरवलं.

सकाळपासूनच त्यांच्या नट्यापट्ट्याला सुरुवात झाली. स्वत:च्या नखऱ्यांमध्ये त्या एवढ्या गुंगलेल्या होत्या की, त्यांना अजून एक बहीण आहे हेच त्या विसरून गेल्या. संध्याकाळी लवकरच त्या घराबाहेर पडल्या. सर्वांच्या आधी राजवाड्यात पोहोचण्यासाठी त्यांची घाई चालू होती. त्या गेल्यानंतर सिंड्रेला एकटीच राहिली. तिनेही दवंडी ऐकलेली होती आणि राजपुत्राचं वर्णनही ऐकलेलं होतं. तिला पण राजपुत्राला भेटण्याची खूप इच्छा होती. पण कसं भेटणार?

तिच्याकडे काहीच नव्हतं. ना चांगले कपडे, ना दागिने. चांगल्या चपला किंवा बूटही नाहीत! 'अंगावरच्या फाटक्या जुन्या कपड्यात गेलं, तर राजपुत्र ढुंकूनही बघणार नाही आपल्याकडे.' ती बिचारी निराश होऊन रडायला लागली. तेवढ्यात एक चमत्कार झाला.

ढगातून एक छोटीशी परी उडत उडत आली. सिंड्रेला बघतच राहिली. परी तिच्याजवळ आली. तिच्या हातात एक चमचमणारी छोटी छडी होती. ती छडी सिंड्रेलाच्या चेहऱ्यापुढे नाचवत परीने विचारलं, "तुला जायचंय का राजपुत्राला भेटायला?" सिंड्रेलाने मान डोलावली. "मग रडू नकोस. ऊठ, डोळे पूस आणि मी सांगते तसं कर. मी तुला रोज काम करताना बघते. म्हणून तुला मदत करायला आले. हे पहा, पटकन एक मोठा भोपळा, चार फुलपाखरं घेऊन ये." सिंड्रेलाने त्याप्रमाणे सगळं आणलं. परीने आपल्या हातातली छडी त्यावरून फिरवली, काहीतरी मंत्र पुटपुटले. त्याबरोबर त्या भोपळ्याची एक सुंदर गाडी

तयार झाली आणि त्या चार फुलपाखरांचे चार घोडे बनले. सिंड्रेलाचा विश्वास बसत नव्हता. ती आपले डोळे चोळून चोळून पहात होती. पण छे! ते सारं काही खरं होतं. स्वप्न नव्हतं. आता परीचं लक्ष सिंड्रेलाच्या फाटक्या कपड्यांकडे आणि फाटक्या बुटांकडे गेलं. तिने पुन्हा एकदा तिच्या अंगावरून छडी फिरवली आणि काय चमत्कार!

सिंड्रेलाच्या अंगावर एक सुंदर पांढराशुभ्र झगा आला. त्या झग्याला चमचमणाऱ्या टिकल्या होत्या आणि गुलाबी लेस लावलेली होती. तिच्या कानात, गळ्यात, हातात गुलाबी खड्यांचे दागिने आले. केसांना पण गुलाबी रंगाची रिबन बांधलेली होती आणि पायात काचेचे पांढरेशुभ्र बूट! सिंड्रेला आरशासमोर उभी राहिली. आरश्यात स्वत:चं रूप बघून ती लाजून गेली. आपण एवढ्या सुंदर दिसू शकतो यावर तिचा विश्वास बसत नव्हता. "लवकर चल, सिंड्रेला, तुला उशीर होतोय. बाहेर तुझी गाडी तयार आहे. जा, राजपुत्राला भेट.

त्याच्याबरोबर नाच कर. पण एक गोष्ट लक्षात ठेव. माझी जादू रात्री बारा वाजेपर्यंतच टिकेल. त्यामुळे काहीही झालं तरी रात्री बारापूर्वी तू तिथून निघायला हवंस.'' परीने तिला सूचना दिल्या. सिंड्रेलाने सगळ्या सूचना लक्षात ठेवल्या आणि ती निघाली.

राजवाड्यात गप्पागोष्टी-नाच-गाणी यांनी नुसती धमाल उडवलेली होती. निमंत्रितांमध्ये एकाहून एक श्रीमंत मुली होत्या. राजपुत्राबरोबर नाच करण्यासाठी प्रत्येकीत चढाओढ लागलेली होती. सिंड्रेलाने राजमहालात प्रवेश केल्याबरोबर सगळ्यांच्या नजरा तिच्याकडे लागल्या. 'कोण आहे ही सुंदर मुलगी? कोणत्या राजाची राजकन्या? तिच्या अंगावरचे कपडे आणि दागिने किती सुंदर आहेत!' सगळ्यांची तिच्याकडे पाहून कुजबूज सुरू झाली आणि राजकुमार! तो तर भान विसरून तिच्याकडे पहात होता. सिंड्रेलाजवळ जाऊन अदबीनं झुकून राजपुत्राने तिला नृत्याची विनंती केली. तिने लाजून होकार दिला. दोघेजण भान हरपून नृत्य करू लागले. सिंड्रेलाचं कुठेच लक्ष नव्हतं. ती डोळे भरून आपल्या स्वप्नीच्या

राजपुत्राकडे पहात होती. ती दोघंही पाहता क्षणी एकमेकांच्या प्रेमात पडली. तेवढ्यात टण्ण, टण्ण... घड्याळात बाराचे टोल पडायला सुरुवात झाली आणि सिंड्रेला भानावर आली. तिला परीच्या सूचनांची आठवण झाली. तिने घाईघाईनं राजपुत्राच्या हातातून हात सोडवून घेतला आणि ती दरवाजाकडे पळत सुटली. राजपुत्र गोंधळून गेला. तोही तिच्या मागोमाग धावला, "अगं थांब. कुठे चाललीस, कुठे रहातेस तू? तुझं नाव तरी सांग." पण त्याच्या बोलण्याकडे लक्षच नव्हतं सिंड्रेलाचं. तिला बाराच्या ठोक्याला घरी परतायचं होतं. या गडबडीत तिच्या एका पायातला बूट पडला. तो राजपुत्राला दिसला. घरी येताच तिचे कपडे, दागिने, घोडागाडी सगळं गायब झालं आणि पूर्वीच्याच कपड्यातली सिंड्रेला उरली.

तिच्या बहिणी रात्री उशिरा परत आल्या. त्यांच्या तोंडी त्या सुंदर मुलीची

आणि तिच्या अचानक गायब होण्याचीच चर्चा चालू होती. नेहमीप्रमाणे त्यांचं सिंड्रेलाकडे लक्षच नव्हतं. या गोष्टीनंतर काही दिवस गेले. सिंड्रेलाला राजपुत्राची खूप आठवण येत होती. त्याच्याबरोबर केलेलं नृत्य सतत तिला डोळ्यांपुढे दिसत होतं. राजपुत्राची अवस्थाही तशीच होती. त्याने त्या सुंदर मुलीला शोधायचा खूप प्रयत्न केला. पण उपयोग झाला नाही. कारण त्याला तिचं नाव, गाव, पत्ता काहीच माहीत नव्हतं. शेवटी त्याने एक योजना आखली. आपल्या शिपायांना बोलावून त्याने आज्ञा केली, ''हा बूट घेऊन तुम्ही शहरातल्या प्रत्येक घरात जा आणि तिथल्या प्रत्येक मुलीच्या पायात हा बूट घालून पहा. जिच्या पायात हा बूट बसेल, तिच्याशी मी लग्न करणार. तशी सूचना द्या सर्वांना.''

राजपुत्राच्या आज्ञेनुसार शिपाई तो बूट घेऊन शहरभर फिरले. स्वतः राजपुत्रही त्यांच्याबरोबर फिरला. कितीतरी घरं फिरून झाली, पण कुणाच्या पायात तो बूट

घट्ट बसला, तर कुणाच्या पायात सैल. फिरता फिरता शिपाई सिंड्रेलाच्या घरी आले. दोघी बहिणी लगबगीने पुढं आल्या. त्यांनी खूप प्रयत्न करून पाहिले, पण काही केल्या तो बूट त्यांच्या पायात शिरला नाही. राजपुत्राने त्यांच्या वडिलांना विचारलं, "आपल्याला अजून एखादी मुलगी आहे का?" वडिलांनी सिंड्रेलाला बाहेर बोलावलं. दोघी बहिणींनी नाकं उडवली. 'हं! हिला काय तो बूट येणार. आजपर्यंत इतका सुंदर बूट पाहिलासुद्धा नसेल हिनं.'

सिंड्रेलाने घाबरत घाबरत त्या बुटात पाय घातला... आणि अर्थातच तिला तो बरोबर बसला. सर्वजण आश्चर्यचकित झाले. सिंड्रेलाला आपला असला घाणेरडा अवतार राजपुत्राला दाखवायचा नव्हता. ती खूप लाजली. पण तिच्या चेहऱ्याकडे पाहिल्यावर राजपुत्राची खात्री पटली की हीच त्या दिवशी आली होती. तो प्रेमानं सिंड्रेलाला जवळ घेऊन म्हणाला, "मी ओळखलं तुला. त्या दिवशी तू पळून गेलीस, पण आता नाही जाऊ देणार तुला. मी तुला माझ्याबरोबर राजवाड्यात घेऊन जाणार. माझ्याशी लग्न करशील ना? बोल ना?"

सिंड्रेला काय बोलणार? खिडकीतून डोकावणाऱ्या परीकडे ती पहात होती. परीनं लांबूनच छडी फिरवून तिला आशीर्वाद दिले आणि सिंड्रेला आपल्या राजपुत्राबरोबर निघून गेली.

सुवर्णा आणि राक्षस

एका गावाच्या मध्यवस्तीत एक व्यापारी आपल्या तीन मुलींसह राहात होता. एकदा एका मोठ्या व्यवहारात त्याला खूप नुकसान झालं. त्याच्याजवळची सगळी संपत्ती संपून गेली. फक्त घर वाचलं.

तिघी मुलींपैकी मोठ्या दोघी मुली तर फक्त प्रत्येक गोष्टींबद्दल तक्रारी करत असत. वडिलांची संपत्ती संपल्याचा राग होता त्यांच्या मनात. पण धाकटी मुलगी मात्र अतिशय शांत अन् प्रेमळ होती. घरातल्या कामाबरोबरच ती आपल्या वडिलांच्या शेतीच्या व्यवसायातही त्यांना मदत करायची. त्यामुळे ती वडिलांची लाडकी लेक होती. तिचं नाव होतं सुवर्णा.

एके दिवशी सकाळी सकाळी व्यापारी कामानिमित्त दुसऱ्या गावाला निघाला. जाताना त्याने तिन्ही मुलींना विचारलं, "तुम्हाला येताना काय आणू?"

मोठ्या दोघींनी लगेच सांगितलं, ''छान छान बांगड्या, पैंजण आणा.''

सुवर्णा म्हणाली, ''जमलं तर माझ्यासाठी पांढरे गुलाब आणा.'' व्यापाऱ्याने मान डोलावली आणि तो निघाला.

काम लवकर संपवून तो परत यायला निघाला. अंधार पडल्याने तो रस्ता चुकला. कसाबसा एका ठिकाणी येऊन थांबला. दूरवर त्याला दिव्यांचा उजेड दिसला. त्या उजेडाच्या रोखाने तो जाऊ लागला. एका मोठ्या घराशी तो आला.

घराचा दरवाजा उघडाच होता. त्याने दोन-चार हाका मारून पाहिलं. पण कुणीच प्रत्युत्तर दिलं नाही. शेवटी तो आत गेला. तिथे हिरवागार चारा पडलेला त्याला दिसला. आपल्या घोड्याला चारापाणी करून तो आतल्या खोलीत गेला.

आत माणसं तर कुणीच दिसत नव्हती, पण जेवणाचं टेबल वेगवेगळ्या पदार्थांनी सजलेलं होतं. व्यापाऱ्याने वाट बघून शेवटी स्वत:च ते पदार्थ खाऊन टाकले.

जेवण झाल्यावर तो इतर खोल्यांतून हिंडून आला. एका खोलीत मऊ बिछाना तयार केलेला होता. तो सरळ पांघरूण घेऊन झोपून गेला.

दुसऱ्या दिवशी सकाळी त्याला लवकर जाग आली. आंघोळ करून तो आपले कपडे घालायला गेला, तर तिथे दुसरेच नवीन कपडे ठेवलेले होते. ते कपडे घालून तो जेवणाच्या खोलीत आला, तर तिथे गरमगरम नाष्टा वाढून ठेवलेला होता. आता मात्र तो चांगलाच गोंधळला. 'हे काय चाललंय माझ्याबरोबर? हा जादूटोणा आहे की, देवाचा आशीर्वाद? काहीही असो. मी तरी खूष आहे.' असं म्हणत त्याने आपला नाष्टा संपवला आणि बाहेर पडला.

बागेत बांधलेला आपला घोडा घेण्यासाठी जाताना तिथे त्याला पांढऱ्या गुलाबाची झाडं दिसली. ती बघून त्याला आपल्या लेकीची आठवण आली. 'चला इथवर आलोच आहोत तर सुवर्णासाठी पांढरे गुलाब घेऊ या.' असा विचार करत तो गुलाबाची फुलं तोडायला गेला. तेवढ्यात तिथे एक हिंस्त्र

चेहऱ्याचा राक्षसी माणूस त्याच्या अंगावर धावून आला. त्याचा चेहरा रानटी होता. दाताऐवजी सुळे. डोळे म्हणजे आगीचे गोळेच जणू! केसाळ हातापायांच्या त्या राक्षसी माणसाने रागानं व्यापाऱ्याची मानगूट पकडली आणि म्हणाला, ''मी तुला माझ्या घरात आसरा दिला. खायला-प्यायला दिलं. चांगले कपडेसुद्धा दिले. आणि तू मात्र माझी आवडती फुलं पळवतोयस! थांब, तुला ठार मारतो.''

व्यापाऱ्याची बोबडीच वळली. अचानक आलेल्या त्या भयानक प्राण्याला बघून त्याला कापरंच भरलं. कसाबसा धीर करून तो हात जोडून म्हणाला, ''म् म् माफ करा मला! माझ्या मुलीसाठी मी फुलं घेत होतो. मला मारू नका.''

राक्षस क्षणभर विचार करून म्हणाला, ''ठीक आहे. एका अटीवर मी तुला फुलं न्यायची परवानगी देतो. घरी गेल्यावर तुला सर्वांत प्रथम जे कोण भेटेल त्या व्यक्तीला बरोबर एक महिन्याने माझ्याकडे घेऊन यायचंस, आहे कबूल?''

व्यापारी नाईलाजाने 'हो' म्हणाला. परतीच्या वाटेवर तो सतत हाच विचार करत होता की, कोण दिसेल मला पहिलं आणि त्याची भीती खरी ठरली. त्याला सुवर्णाच दिसली, फार फार वाईट वाटलं त्याला.

वडिलांचं काहीतरी बिनसलंय हे सुवर्णाने ओळखलं. खोदून विचारल्यावर वडिलांनी तिला सगळी हकीकत सांगितली. त्यांचं बोलणं ऐकून सुवर्णा मनोमन उदास झाली. पण तिने वडिलांना धीर दिला. ती म्हणाली, ''तुमचं वचन तुम्ही पूर्ण करा. मी तुमच्याबरोबर यायला तयार आहे.''

एक महिना पूर्ण झाला. व्यापारी जड मनाने मुलीला घेऊन राक्षसाकडे निघाला. त्याच्याकडे आल्यावर बघतात तर काय, त्यांच्यासाठी मधुर पक्वान्नांनी जेवणाचं टेबल सजलेलं होतं. पण या दोघांनाही त्या पदार्थांना हात लावायची इच्छा होत नव्हती, ते तसेच बसून राहिले. तेवढ्यात तो राक्षसी माणूस दाणदाण पावलं टाकत तिथं आला. सुवर्णाचं रूप पाहून तो हरखूनच गेला. तो व्यापाऱ्याला म्हणाला, ''हीच का ती मुलगी पांढरे गुलाब मागणारी?''

''होय हीच, आणि हिच्यामुळेच मी माझा दिलेला शब्द पाळू शकलो आणि हिला इथे घेऊन आलो. नाहीतर माझी मुळीच इच्छा नव्हती तिला इथे आणण्याची.'' व्यापारी रागारागाने त्याला म्हणाला.

त्याच्या रागाकडे दुर्लक्ष करत तो माणूस व्यापाऱ्याला म्हणाला, ''तुझ्या

मुलीला मी मुळीच त्रास देणार नाही. ती इथे आरामात राहील. हाऽऽ, पण तू पुन्हा इकडे फिरकू नकोस.''

व्यापाऱ्याला जावंच लागलं.

वडील गेल्यावर सुवर्णा तिच्या खोलीत जाऊन खूप रडू आलं. तिला फार एकटं वाटू लागलं. तिला त्या खोलीत एक आरसा दिसला. त्यात डोकावल्यावर आरसा बोलू लागतो.

''रडू नको सुवर्णा, पूस तुझ्या डोळ्यातलं पाणी,
त्रास देणार नाही तुला इथे कुणी!
काय तुझ्या मनात, सांग माझ्या कानांत,
दाखवीन तुला काही क्षणांत.''

त्या आरशाच्या बोलण्याने सुवर्णाला थोडासा दिलासा मिळाला.

काही दिवस उलटल्यावर सुवर्णाला कळून चुकलं की, हा माणूस फक्त चेहऱ्याने भयानक आहे, पण वागायला अतिशय प्रेमळ आहे. हळूहळू तिला तो आवडू लागला. तिची त्याच्याबरोबर मैत्री झाली. एक दिवस त्याने सुवर्णाला लग्नाची मागणी घातली. पण सुवर्णाने नम्रपणे नकार दिला. 'आवडला म्हणून काय झालं! आयुष्यभर एका राक्षसाबरोबर राहायचं? छे!'

एकदा सुवर्णाला आपल्या वडिलांची आठवण आली. म्हणून तिने आरशाकडे त्यांची चौकशी केली. आरशाने लगेच तिला तिचे वडील दाखवले. पण त्यांना बघून सुवर्णाला धक्काच बसला. त्यांची तब्येत फारच खराब दिसत होती.

सुवर्णा धावत त्या राक्षसाकडे गेली आणि तिने विनवणी केली, ''माझे वडील फार आजारी आहेत. मला त्यांना भेटायची परवानगी दे. मी थोड्याच दिवसांत परत येईन, नक्की.''

त्याने सुवर्णाला परवानगी दिली. तसंच तिला एक अंगठी दिली. ''तुला जेव्हा परत यावंसं वाटेल तेव्हा ही अंगठी जमिनीवर घास.''

काही क्षणांतच सुवर्णा आपल्या वडिलांजवळ पोहोचली. तिला बघून त्यांना फार फार आनंद झाला. त्यांची तब्येत झपाट्याने सुधारली.

एका रात्री सुवर्णाला एक वाईट स्वप्न पडलं. त्यात तिला तो राक्षसी माणूस

गुलाबाच्या बागेमध्ये जमिनीवर पडलेला दिसला. फार खराब झालेला होता तो. सुवर्णाशिवाय जगण्याची इच्छाच नसल्यासारखा!

त्या स्वप्नानं सुवर्णा दचकून उठली. तिने ताबडतोब आपली अंगठी जमिनीवर घासली आणि क्षणातच त्याच्याजवळ पोहोचली.

''मित्रा, माझ्या लाडक्या, असा निराश होऊ नकोस. मी तुझ्याशी लग्न करायला आलेय. मीही तुझ्यावर प्रेम करते. ऊठ. माझ्याकडे बघ.''

आणि काय चमत्कार! तो राक्षस एकदम गायब झाला आणि त्याच्या जागी एक देखणा, रुबाबदार राजकुमार उभा राहिला. सुवर्णा बघतच राहिली.

''लाडके, अखेर तूच माझी सुटका केलीस.'' राजकुमार सांगू लागला. ''एका चेटकिणीच्या शापामुळे मी राक्षस बनलो होतो. कोणत्याही सुंदर मुलीच्या प्रेमळ सहवासात मला मुक्ती मिळणार होती आणि ते काम तू केलंस. चल, आपण

लगेच लग्न करू या.'' सुवर्णा खूप आनंदित झाली. तिला तिच्या स्वप्नातला राजकुमार मिळाला होता ना!

त्या दोघांनी लग्न केलं. सुवर्णाचे वडिलांनी आणि दोन्ही बहिणींनी त्यांना आशीर्वाद दिला. पुढं ते सर्व जण एकाच ठिकाणी आनंदाने राहू लागले.

पिंकू आणि अस्वल

एका घनदाट जंगलाच्या मधोमध एक छोटंसं कौलारू घर होतं. त्या घरात राहात होते श्री. अस्वले, सौ. अस्वले आणि त्यांचा मुलगा छोटू अस्वल.

श्री. अस्वले म्हणजे गलेलठ्ठ आसामी होती, तर सौ. अस्वले ठेंगण्या ठुसक्या, किंचित जाड होत्या आणि छोटू अस्वले नावाप्रमाणेच छोटेसे होते.

एके दिवशी सकाळी सौ. अस्वलेंनी न्याहारीसाठी लज्जतदार खीर बनवली. बदाम, वेलदोडे, बेदाणे घातलेल्या त्या खिरीचा सुवास घरभर दरवळत होता.

त्या वासानं तिघांनाही भूक लागली. सौ. अस्वलेंनी टेबलावर तीन बाऊल मांडले आणि त्यात खीर वाढली.

श्री. अस्वलेंसाठी मोठा बाऊल, सौ. अस्वलेंसाठी मध्यम बाऊल, छोटूसाठी छोटा बाऊल.

सौ. अस्वलेंनी बाऊलमध्ये खीर तर वाढली; पण ती पिणार कशी? ती तर फारच गरम होती.

मग श्री. अस्वले त्या दोघांना फिरायला घेऊन गेले. फिरून येईपर्यंत खीर थंड होईल आणि लवकर खाता येईल असा त्यांनी विचार केला.

अस्वले कुटुंबीय गेलं फिरायला. त्यांच्या घराजवळ एक लहान, खोडकर मुलगी राहात होती. तिचं नाव होतं पिंकू. तिला सारख्या कुणा ना कुणाच्या खोड्या काढायची आवड होती. त्यामुळे ती स्वत:ही कधी कधी अडचणीत येत असे.

तर ही पिंकू अस्वलेंच्या घरावरून जात होती. तिला घराचा दरवाजा उघडाच दिसला. 'चला जरा आत डोकावू.' असा विचार करून ती त्यांच्या घरात घुसली. आत जाऊन पहाते, तर टेबलावर खिरीचे तीन बाऊल भरलेले! ते बघितल्यावर पिंकूच्या तर तोंडाला पाणीच सुटलं आणि तिलाही भूक लागलेलीच होती.

श्री. अस्वलेंच्या बाऊलमधली चमचाभर खीर पिंकूने खाल्ली. ''हाय! फारच गरम आहे बुवा ही खीर!'' पिंकूचं तोंडच भाजलं. मग तिने सौ. अस्वलेंच्या बाऊलमधली खीर खाल्ली. पण त्यात शेवयांच्या गाठी लागल्या. मग ती वळली छोटूच्या बाऊलकडे. ''हा! ही खीर अगदी पाहिजे तशी आहे.'' असं म्हणत पिंकूने छोटूच्या बाऊलमधली सगळी खीर फस्त केली, अगदी चाटून पुसून! आणि वर एक जोरदार ढेकरही दिला.

पिंकूने मग थोडा वेळ कुठेतरी बसायचं ठरवलं. बसण्यासाठी ती खुर्ची पाहू लागली. तिथे अस्वलेकाकांची खुर्ची होती. ती इतकी मोठी आणि उंच होती की, पिंकूला त्यावर चढताच येई ना. तिने अस्वलेकाकूंच्या खुर्चीत बसायचं ठरवलं; पण ती फारच बुटकी, जाड आणि टणक होती. पिंकूला तीही खुर्ची आवडली नाही. एवढ्यात तिला एक छोटीशी खुर्ची दिसली. ''हा! ही नक्कीच त्या छोटूची असणार. यावर बसून बघावं बरं.'' पिंकू त्या खुर्चीत बसायला गेली. पण

हे काय! काड्ऽऽऽ काड्ऽऽ आवाज करत ती खुर्ची मोडून पडली. 'ओय्ऽ ओय्ऽ' करत पिंकू धपकन् जमिनीवर पडली.

थोडा वेळ पिंकू तशीच बसून राहिली. मग उठून वरच्या मजल्यावर गेली. तिथे तीन वेगवेगळे बिछाने होते. तिने तीनही बिछान्यांवर आळीपाळीनं झोपून बघितलं. एक बिछाना फारच मोठा आणि जरा जास्तच कडक होता.

दुसरा बिछाना खूपच मऊ होता. अगदीच थुलथुलीत. पण तिसरा छोटा बिछाना मात्र एकदम छान होता, पिंकूला तोच फार आवडला. ती तशीच लोळत पडली त्यावर आणि बघता बघता तिला झोप लागली.

इकडे मनसोक्त फिरून अस्वले कुटुंबीय घरी आले. ''चला आता आपली खीर गार झाली असेल,'' असं म्हणत अस्वले आपला बाऊल उचलायला गेले. ''अरे! हे काय? कुणीतरी माझी खीर उष्टी केलीय.'' श्री. अस्वले ओरडले.

''माझी पण.'' सौ. अस्वले आपला बाऊल उचलत म्हणाल्या. ''पण माझी खीर आवडली कशी नाही कुणाला?''

''कारण माझी खीर आवडलीय.'' छोटू आपला रिकामा बाऊल दाखवत किंचाळला, ''आणि इतकी आवडलीय की एक थेंबही शिल्लक ठेवला नाहीये त्यात.'' छोटू रडायलाच लागला.

एवढ्यात अस्वलेकाकांचं आपल्या खुर्चीकडे लक्ष गेलं. त्यावरची उशी खाली पडलेली होती. ''माझ्या खुर्चीवर कुणीतरी बसलेलं होतं असं दिसतंय.''

''माझ्यापण.'' अस्वलेकाकू आपल्या खुर्चीकडे बघत म्हणतात.

''माझी खुर्चीऽऽ मोडलीऽऽऽ.'' छोटूने आपल्या खुर्चीची अवस्था बघून भोकाड पसरलं.

''उगी उगी. रडू नको बेटा, आपण शोधू हं कोण खोड्या करतंय ते.'' अस्वलेकाकांनी छोटूची समजूत घातली. ते तिघे वरच्या मजल्यावर गेले. तिथे अस्वलेकाकांचं आपल्या कॉटकडे लक्ष गेलं. ते फारच भडकले. ''माझ्या गादीवर कुणीतरी झोपलं होतं.''

''माझ्यापण.'' अस्वलेकाकू पण चिडतात.

''अंऽऽ माझ्यापण झोपलं होतं, नाही, झोपलं आहे.'' छोटू अस्वल्या अगदी धाय मोकलून रडायच्या बेताला आलेला असतो.

त्या तिघांच्या आवाजाने पिंकू दचकून उठली, पाहते तर काय? समोर तीन-तीन अस्वलं आपले लाल लाल डोळे वटारून तिच्याकडे बघत होती.

पिंकू जाम घाबरली. ती जी धूम ठोकून पळाली, ती आपलं घर येईपर्यंत थांबलीच नाही.

''ही जी कुणी आहे, आता परत आपल्याला त्रास द्यायला येणार नाही.'' अस्वलेकाका हळूच हसत म्हणाले.

खरंच होतं ते.

पिंकू त्या तिघांचे डोळे अजिबात विसरणार नाही आता.

राजकुमारी आणि बेडूक

एका सुंदर तळ्याकाठी एक भव्य राजवाडा होता. त्या राजवाड्यात राजा आपल्या सात मुलींबरोबर राहात होता.

सगळ्या मुली दिसायला सुंदर होत्या. पण त्यातली सर्वांत धाकटी राजकन्या मधुरा होती ना, तिचं सौंदर्य काही वेगळंच होतं. ती हसली की भोवती चांदणं पसरल्याचा भास व्हायचा.

तिच्याकडे एक सोन्याचा चेंडू होता. हा तिचा आवडता चेंडू घेऊन जेव्हा ती बागेत खेळायला जायची, तेव्हा सूर्यसुद्धा हसायचा आणि पक्षी खुशीत गाणी म्हणायचे.

तर अशी ही मधुरा एक दिवस तळ्याकाठी आपला चेंडू घेऊन खेळत होती. हवेत उंच उडवून तो चेंडू झेलताना तिला फार मज्जा वाटत होती. पण खेळता खेळता काय झालं? तो चेंडू फारच उंच उडाला आणि तळ्यात पडला.

'डुबुक ऽऽ' चेंडू खोल पाण्यात बुडाला.

राजकुमारी घाबरली. तळ्याकाठी बसून रडायलाच लागली.

"का रडतेयस?" एक चिरका आवाज आला. राजकुमारीने इकडेतिकडे पाहिलं, पण कुणीच दिसलं नाही. पुन्हा आवाज आला. तिनं निरखून पाहिल्यावर तिच्या शेजारी बसलेला एक बेडूक तिला दिसला.

तोच तिला विचारत होता, "का रडतेस?"

"माझा लाडका चेंडू या तळ्यात पडलाय." राजकुमारी हुंदके देत म्हणाली.

"अगंऽ अगंऽ रडू नकोस. मी तुझा चेंडू काढून देतो." बेडूक तिची समजूत काढत म्हणाला.

"तूऽ, तू माझा चेंडू काढून देणार?" मधुराने आश्चर्याने विचारलं.

"होय मीच. पण त्या बदल्यात तुलाही काहीतरी परतफेड करावी लागेल." बेडूकराव म्हणाले.

मधुरा घाईघाईने बडबडली, "हो हो! काय वाट्टेल ते देईन. माझे कपडे, दागिने, खेळणी. काय हवं ते घे."

"छेऽ छेऽ, त्यातलं मला काही नको." बेडूक शांतपणे म्हणाला, "मला तुझी मैत्री हवी. तू मला सतत तुझ्याबरोबर ठेवायचं. तुझ्याच ताटात जेवायला द्यायचं. आणि तुझ्याच पांघरुणात झोपायला द्यायचं. वचन दे. तरच तुझा चेंडू देईन."

बेडकाच्या बोलण्याकडे फारसं लक्ष न देता राजकुमारीने मान डोलावली. का कुणास ठाऊक, त्या बेडकाला चेंडू मिळणार नाही असंच तिला वाटत होतं.

बेडकाने तळ्यात उडी मारली आणि पाहता पाहता पाण्यात नाहीसा झाला. बराच वेळ झाला. राजकुमारी मधुराची आता खात्रीच झालेली होती की, चेंडू परत मिळणार नाही. पण तेवढ्यात...

'हुर्रे ऽऽ' बेडूक आला की परत चेंडू घेऊन!

चेंडू बघताच मधुराने आनंदाने उडीच मारली. त्याच्या तोंडातला चेंडू घेऊन ती राजवाड्याकडे पळत सुटली. चेंडू मिळताच ती सगळं सगळं विसरली. तो बेडूक, त्याला दिलेलं वचन, सगळंच!

दुसऱ्या दिवशी आपल्या बहिणी आणि वडिलांबरोबर ती जेवण घेत होती. मजेत हसत-खेळत जेवण चालू होतं.

तेवढ्यात दरवाजाबाहेरून डरावऽऽ डरावऽऽ असा आवाज आला आणि त्यापाठोपाठ कुणीतरी दरवाजा वाजवला.

तो आवाज ऐकून राजकुमारीच्या हातातला घासच खाली पडला. तिने आवाज ओळखला. होय, तो बेडूकच आलेला होता तिच्या दाराशी.

मधुरा घाबरीघुबरी होत उठली आणि तिने दरवाजा उघडला. दार उघडताच बेडूक टुणकन उडी मारून आत आला.

"हे काय? तू मला तिथंच विसरून आलीस?" बेडूक म्हणाला.

"ए, कोण तू? मी नाही तुला ओळखलं." मधुराने त्याला हुसकावून लावलं. पण तो कसचा हलतो. जबरदस्तीनं आत घुसत म्हणाला कसा, "वा गं वा! मी तुला एवढी मदत केली ते विसरलीस होय!"

बाहेर काय गडबड चालली आहे हे बघायला राजा स्वत: बाहेर आला. राजकुमारीच्या पडलेल्या चेहऱ्याकडे बघून तिला विचारलं, "काय झालं बेटा, कोण आहे हा बेडूक? आणि त्याला बघून तू एवढी का घाबरलीस?"

राजकुमारीने रडत रडत सगळं राजाला सांगितलं. ते ऐकल्यावर राजाने तिची समजूत काढली आणि दिलेला शब्द पाळायला सांगितलं.

अखेर नाइलाजानं राजकुमारी त्या बेडकाला आत घेऊन गेली आणि जेवणाच्या टेबलावर बसवलं. तिच्याबरोबरीनं तो तिच्या ताटातलं जेवण जेवू लागला, ते बघून राजकुमारीची जेवायची इच्छाच संपली. तिला त्या बेडकाचे बटबटीत डोळे, त्याची ती लपक लपक हलणारी जीभ बघून फारच त्रास व्हायला

लागला. ती ढसाढसा रडू लागली. राजाने पुन्हा तिची समजूत काढली आणि झोपायला पाठवून दिलं.

मधुराने रागारागानं त्या बेडकाचं मानगूट पकडलं आणि दाणदाण पाय आपटत आपल्या महालात निघून गेली. आपल्या पलंगापाशी येताच तिने त्या बेडकाला जोरात उशीवर फेकलं आणि स्वतः गुडघ्यात मान घालून रडू लागली. पण इकडे काय चमत्कार झाला! गादीवर पडताक्षणी त्या बेडकाचं रूपांतर एका सुंदर राजकुमारात झालं.

रडणाऱ्या मधुराच्या खांद्यावर हात ठेवून तो हळूवारपणे म्हणतो, "मधुरा किती रडतेस? बघ तरी माझ्याकडे." एका पुरुषाचा आवाज ऐकून राजकुमारी दचकली. मान वर करून बघते तर काय? बेडूक कुठेच दिसत नव्हता आणि त्या ऐवजी एक देखणा राजकुमार तिच्याशी बोलत होता. राजकुमारी आपलं रडणं विसरूनच गेली.

राजकुमार तिचा हात हातात घेऊन म्हणाला, "मला एका

दुष्ट जादूगारानं बेडूक बनवलं होतं. फक्त एखाद्या राजकुमारीबरोबर राहाण्यानंच माझी सुटका होणार होती. तुझ्यामुळं मला माझं रूप परत मिळालं. मी तुझा फार फार आभारी आहे. मला तू खूप आवडलीस. माझ्याशी लग्न करशील?"

राजकुमारी काय बोलणार? ती इतकी लाजली होती की मानसुद्धा वर करू शकत नव्हती.

त्या दोघांचं लग्न मोठ्या थाटामाटात झालं आणि ती दोघं आनंदानं संसार करू लागली.